Cuộc phiêu lưu của Samurai

Truyện dành cho thiếu nhi

Eva Petropoulou Lianou

Translated into Vietnamese by Khanh Phuong

Ukiyoto Publishing

All global publishing rights are held by

Ukiyoto Publishing

Published in 2024

Content Copyright © Eva Petropoulou Lianou

ISBN 9789360497149

All rights reserved.

No part of this publication may be reproduced, transmitted, or stored in a retrieval system, in any form by any means, electronic, mechanical, photocopying, recording or otherwise, without the prior permission of the publisher.

The moral rights of the author have been asserted.

This is a work of fiction. Names, characters, businesses, places, events, locales, and incidents are either the products of the author's imagination or used in a fictitious manner. Any resemblance to actual persons, living or dead, or actual events is purely coincidental.

This book is sold subject to the condition that it shall not by way of trade or otherwise, be lent, resold, hired out or otherwise circulated, without the publisher's prior consent, in any form of binding or cover other than that in which it is published.

www.ukiyoto.com

Ngày xửa ngày xưa, ở châu Á xa xôi có một con chim họa mi bay qua mũi tên của một võ sĩ đạo (samurai). Đuổi theo cơn gió, anh chạy nhanh hơn cả lời nói của một con rồng bay!

Gia đình anh kỳ vọng, rằng anh sẽ đạt được chiến công lớn. Anh tìm gặp ngọn gió và bắt nó ở một ngọn núi cao nhất để thoát khỏi nỗi xấu hổ bởi đã dám phi nước đại chống lại... vận mệnh và truyền thống của gia đình!

Đó là cách câu chuyện của Nogasika, một samurai có trái tim nhân hậu ở một phố núi của Nhật Bản....

***

Nogasika sống cùng gia đình, thanh kiếm là người bạn trung thành và là tri kỷ trọn đời của anh... Nogasika chưa bao giờ tưởng tượng được mình sẽ ép bản thân được bao lâu để thỏa mãn những gì gia đình yêu cầu. Song anh là người con trung thành với truyền thống của một võ sĩ đạo.

Cha anh là người nghiêm khắc. Ông không dễ dàng tha thứ cho bản tính vô kỷ luật của con trai vì vậy anh quyết định nhờ vả ngọn gió. Gió có thể bị bắt không? Nogasika thắc mắc. Đó là sự trừng phạt hay chỉ là một hành trình khám phá bản thân để biết mình cần phải làm gì trong cuộc sống này?

Chúng ta sẽ tìm thấy câu trả lời về người anh hùng trong những trang tiếp theo.

***

Nogasika có rất nhiều điều phải lo lắng. Mọi chuyện bắt đầu vào một ngày khi những chú chim họa mi vô tư hót trong rừng. Trời lúc ấy chưa hẳn là tối nhưng cũng không hẳn sáng. Những vì sao lấp lánh trên bầu trời, Nogasika lên đường thực hiện ước mơ của mình. Anh đi vào trung tâm thành phố để tìm gặp Đại Sư phụ. Anh sẽ xin gia nhập trường đào tạo và trở thành một chiến binh samurai đúng nghĩa.

Nhưng trên đường đi, chàng trai bỗng gặp một cô hầu gái đang ngồi ngắm nhìn trời như thể bị thôi miên. Anh đứng lại ngắm cô bởi lý do: thứ nhất cô quá đẹp, nét đẹp thiên thần tựa như tiên nữ, thứ hai là vì anh quá tò mò. Lấy hết can đảm, anh hỏi cô:

"Cô gái ơi, vào thời điểm này, cô đang làm gì trên đường phố vậy?"

Cô gái không trả lời nhưng chỉ tay về hướng bầu trời đầy sao...

Nogasika tiến lại gần cô và hỏi cô một lần nữa, rằng một cô hầu gái xinh đẹp như cô đang làm gì một mình trên phố.

Cô quay mặt lại và trả lời: "Tôi đang đợi ngôi sao sáng nhất để soi đường cho mình. Tôi bị lạc và không thể tìm ra đường về nhà".

Chàng trai trẻ bối rối một lát "Làm sao mà cô lại không nhớ nhà mình nhỉ?" Sau đó anh bình tĩnh lại và nói lời nhẹ nhàng "Nhưng đừng lo. Nếu cô muốn, tôi có thể bầu bạn với cô cho đến khi ngôi sao sáng kia xuất hiện và sẽ đưa cô về nhà."

"Có chắc anh sẽ làm điều đó cho tôi không? Thông thường, mọi người đều bận rộn và họ không quan tâm đến bất kỳ ai ngoài bản thân họ" cô gái trả lời.

"Tôi thì khác. Tôi quan tâm đến mọi người và muốn chia sẻ với mọi người cả niềm vui hay nỗi buồn."

"Tên tôi là Bạch Liên" cô gái nói và hướng mắt lên bầu trời, chờ đợi ngôi sao sáng xuất hiện.

"Tên tôi là Nogasika. Tôi sẽ ngồi bên cạnh và chờ đợi với cô nhé."

Nhiều giờ trôi qua, mắt của Nogasika đã mỏi nhừ và trĩu xuống như quả chín đến lúc muốn rụng. Anh nhẹ nhàng chìm vào giấc ngủ.

***

Khi tỉnh dậy, anh thấy mặt trời vẫy tay chào mình từ trên cao với nụ cười ấm áp. Tuy nhiên nhìn quanh nhưng anh không hề thấy cô hầu gái đâu cả. Cô ấy như thể đã biến mất đâu đó!

"Có lẽ mình nằm mơ chăng!" Nogasika nghĩ vậy và tiếp tục cuộc hành trình của mình. Anh phải đi vào trung tâm thành phố. Nhiều trường đào tạo đã bắt đầu mở cửa. Có rất nhiều học sinh đang tiến vào trường và tìm chỗ ngồi của mình. Nhưng chỉ có những ai vượt qua các cuộc sát hạch mới có cơ hội đi theo Đại Sư phụ và học tập có kỷ luật hà khắc để cống hiến cho Phật giáo. Trái tim của Nogasika như muốn nhảy ra khỏi lồng ngực khi anh nói chuyện với chính mình…

"Không ai biết về hình phạt và các uộc cãi vã với cha mình, nếu không mình sẽ cam chịu làm việc nhà ở bất kỳ trường học nào mà mình theo học."

Cả làng đều biết rằng con trai của ông Okara đã có hành động xấc xược khi không nghe lời cha mình. Thằng con trai ấy đã không biết lỗi của mình, không hề biết ăn năn hối lỗi. Biết làm sao được khi nó là một đứa trẻ ham chơi với lũ bạn? Nó đã lãng phí thời gian và không tham gia các khóa huấn luyện một cách chăm chỉ.

Anh con trai đã hứa sẽ với cha của mình rằng sẽ chăm chỉ và luyện tập cho trận đấu với đội võ sĩ đạo từ làng bên cạnh. Tuy nhiên, thực tế anh ta lại dành hàng giờ liền ở ngoài đồng và bến sông để vui chơi với lũ bạn của mình.

Tất nhiên, Nogasika khi đó đã thua trận. Anh ta đã không chuẩn bị chu đáo cho chiến trận và làm mất danh dự của truyền thống gia đình. Hàng năm, phần thưởng là con dao bạc được trao cho người chiến thắng và gia đình anh luôn nhận được giải thưởng đó. Cả làng nhận được lời mời đến xem các trận đấu giữa các chiến binh samurai giỏi nhất trong triều đình đều chứng kiến vẻ vang đó của gia đình!!

Lần đầu tiên, Nogasika đã làm mất danh dự của gia đình mình trong truyền thống hàng thế kỷ qua. Năm đó con dao găm bạc được trao cho đội của làng bên cạnh.

Làm sao có thể rửa sạch nỗi xấu hổ này? Thật sự là nỗi nhục cho gia đình!

***

Thế là Nogasika ra đi ngay trong đêm đó. Anh quyết tâm sớm mang vinh dự đã mất về cho gia đình. Anh sẽ phải giành chiến thắng hiển vinh như cha đã yêu cầu dù phải trải qua bao khó khăn gian khổ. Anh nhớ lại lời cay đắng mà cha đã nói:

"Con đã làm ô danh gia đình chúng ta. Hãy chỉ trở về sau khi đạt được kỳ tích lớn. Hãy đi bắt gió vào một cái chai."

Đó là những lời cuối cùng người cha nói với anh. Nhưng làm sao người ta có thể nắm bắt được gió? Gió có thể bị bắt không? Chắc là phải cần sự khéo léo, kỹ thuật và mánh khóe mới có thể làm được. Điều này anh không thể biết và chắc chắn Đại Sư phụ cao siêu sẽ chỉ bảo cho anh võ thuật và nghệ thuật điêu luyện cũng như những bí mật của tự nhiên…

Anh đi khắp nơi để xin học võ công, xin họ bày mưu lược kế để bắn tên bắt gió. Thế mà không có bậc thầy nào chấp nhận anh làm đệ tử. Chán thật, cả đất nước này dường như đều biết bí mật của anh ta, rằng anh đã làm ô danh và phản bội truyền thống hàng thế kỷ của gia đình bằng hành động phù phiếm của mình.

***

Nogasika San quyết định lên núi để gặp Bà tiên Bóng tối. Tới nơi, Bà tiên nói:

"Trên đường đi thực hiện nhiệm vụ của mình, con hãy thu thập bất cứ thứ gì tìm thấy trên đường. Hãy mang theo một cái túi to và bỏ vào đó tất cả những thứ con tìm thấy. Đến một lúc nào đó, chúng sẽ giúp con đánh lừa cơn gió và hãy bắt nó trong một khoảnh khắc."

Nogasika cảm ơn Bà tiên và rời đi. Trong lòng anh có một niềm tin mạnh mẽ hơn bao giờ hết và anh sẵn sàng đối phó với gió, hy vọng sẽ mang lại kỳ tích mà gia đình anh mong đợi. Giờ đây anh cảm thấy sẵn sàng cho nhiệm vụ khó khăn đó.

Trên đường đi xuống núi, anh nhìn thấy một chiếc la bàn bị hỏng, nhặt nó lên, nhìn một lúc rồi bỏ vào túi.

"Mình cần phải nhanh chóng kiếm một cái túi to" anh nghĩ… "Mình đã thấy một đồ vật rồi; có lẽ đó là thứ mà Bà Tiên đã nói.

Anh đặt chiếc la bàn vào túi trong của chiếc áo choàng Nhật Bản của mình. Mặc dù la bàn đã bị hỏng, nó không chỉ theo đúng hướng nhưng đến một lúc nào đó biết đâu nó sẽ hữu ích cho một việc rất quan trọng. Anh đã tin vào những gì Bà Tiên nói. Nogasika đã đi bộ hàng giờ đồng hồ cho đến một đồng cỏ xanh, nơi anh tình cờ gặp một nhà tu hành đang cầu nguyện.

Anh cúi người về phía trước và xin nhà sư ban phước lành và xin chỉ dẫn. Nhà sư không trả lời mà chỉ ra hiệu cho anh ta lại gần và đưa cho anh ta một chiếc lông công. "Hãy giữ lấy. Sẽ có lúc phải cần đến. Thôi, đi đi!"

Đó là những lời nhà sư nói trong khi nhắm mắt, rồi ông tiếp tục cầu nguyện.

***

Nogasika bắt đầu chạy mà không biết tại sao. Khi anh đến một ngã tư đường, anh lấy la bàn ra xem nhưng nó không hoạt động. Nó luôn chỉ hướng sai: khi là hướng bắc thì lại chỉ là nam và khi là hướng nam lại chỉ thành bắc. Vì vậy, Nogasika không thể dùng được la bàn để tìm đường.

Anh ngước lên, những tia nắng mơn man trên khuôn mặt, anh quyết định đi theo hướng có tia nắng chiếu vào. Con đường tiến về phía đông, anh đi theo hướng đến thành phố Hạnh phúc (Sin Sin Yan). Đây là thành phố có bí mật kỳ diệu mà trước đây anh từng nghe rất nhiều.

Mặt trời quá nóng nên chắc đã đến trưa rồi. Cổng thành đã mở. Nogasika đã nhìn thấy Sin Sin Yan xuất hiện.

"Mình phải nhanh lên" anh nghĩ "cổng thành mở đúng 12 giờ và nếu mình đến muộn, mình sẽ không bao giờ vào được thành phố đó cũng như không thể tìm thấy Cung điện và giếng ước mơ.

Nogasika bắt đầu xuống dốc. Anh chạy nhanh đến nỗi có lúc anh vấp ngã và lăn lông lốc. Khi tới cổng thành Sin Sin Yan vào đúng lúc đồng hồ điểm tiếng chuông thứ hai. Cánh cổng mở toang. Nogasika bước vào thành phố mang tên Hạnh phúc.

***

Trong nhiều năm, anh đã nghe nói về Cung điện nổi tiếng với những mái nhà bằng vàng. Cung điện vô cùng to lớn, rộng rãi, chúng được làm bằng vàng và đá quý. Ở khu vườn treo có cái giếng ước mơ. "Cái giếng đó sẽ rửa sạch nỗi xấu hổ cho mình" Nogasika nghĩ thầm. "Mình sẽ ước nguyện và mọi thứ sẽ trở lại như xưa, mình sẽ bắt gió mang về cho cha..."

Nogasika dừng lại một lúc và bắt đầu chú ý đến người dân của nơi đây, đồng thời để ý đến những ngôi nhà có mái bằng vàng và cung điện có vườn treo. Thành phố này thực sự là thiên đường và công dân của nó luôn vui vẻ tươi cười.

Mọi công dân ở đây đều đội chiếc mũ rất đặc biệt. Chiếc mũ có tấm lưới che mắt. Vì ánh sáng ở đây rất chói, nếu không có lưới che hẳn là sẽ khó chịu nổi.

Tất cả họ trông giống như những người dạo chơi, dong duổi trên đường phố với những chiếc mũ kỳ lạ đó. Toàn bộ nơi này giống như Mặt trời thứ hai trên trái đất. Một hành tinh khác tỏa sáng. Ở đó có ngôi chùa đỏ, nơi ở của hoàng đế Chin Lan Mo...

Nogasika đã nghe nói về ông ta: mọi người đều nói rằng ông là một vị hoàng đế công bằng và rất thông minh. Nhưng cho đến nay, không ai nhìn thấy hoặc từng gặp ông, ngay cả trong cung điện. Một bức màn bí ẩn bao trùm lên sự tồn tại của hoàng đế Chin Lan Mo...

Lá cờ Rồng Vàng tung bay kiêu hãnh trên đỉnh ngôi chùa đỏ. Đó là một dấu hiệu của tình hữu nghị, sự thịnh vượng và tin vui. Đôi khi, đó là một thông điệp tốt cho những người qua đường. còn nếu lá cờ treo ở vị trí thấp, điều đó có nghĩa là một sự kiện không hay xảy ra trong thành phố.

Thật kỳ lạ, trong suốt những năm Vương quốc này tồn tại, không có báo cáo nào nói về người bệnh tật hay tin xấu nào cả. Mà tất cả chỉ là những công dân có kỷ luật xuất sắc, tôn trọng luật pháp, do đó, các công dân nơi đây đã quen với cuộc sống thịnh vượng, vui cười và cùng nhau làm việc. Họ thích mọi thứ trong thành phố của mình được thực hiện theo Nghi lễ của Hoàng đế Chin Lan Mo.

Khi Nogasika đi vào khu vực bên trong thành phố, mọi người chào đón anh bằng những chiếc mũ kỳ lạ của họ. Họ cười rất tươi và mặc quần áo màu đỏ, màu cam và màu hồng. Dường như họ rất hạnh phúc, ánh mắt của họ tỏa ra sự ngọt ngào và điềm tĩnh. Nogasika đã quên đi chiếc la bàn bị hỏng và quên cả việc mình bị mất định hướng. Có điều gì đó mách bảo anh rằng, anh sẽ học được nhiều điều thú vị ở thành phố bí ẩn này.

***

Có lẽ lần đầu tiên sau bao ngày lang thang phiêu bạt, anh được chứng kiến cảnh người ta vô tư tươi cười như thế. Anh thấy lòng nhẹ bẫng như được thoát khỏi sự tủi nhục và hình phạt nặng nề của gia đình. Lần đầu tiên, tại thành phố Sin Sin Yan, anh vui cười thoải mái. Anh đến cửa hàng để mua một chiếc mũ có lưới che mắt đó, vì độ sáng quá mức đã khiến anh ấy đau đầu.

Anh đi ngang qua những người dân. Trông họ như thể rất thỏa mãn, không hơn không kém, không cần thêm gì cả. "Có lẽ đó là niềm hạnh phúc tuyệt đối" Nogasika nghĩ vậy. Và ngay lúc đó, anh cảm thấy có thứ gì đó đang di chuyển trong túi áo của mình. Anh cho tay vào trong và lấy la bàn ra. Lần đầu tiên, la bàn chỉ đúng hướng đi: hướng đông, hướng nam, hướng bắc… mọi thứ đều ở đúng vị trí của nó!

"La bàn của mình đang hoạt động rồi! La bàn của mình cuối cùng đã chỉ đúng hướng của nó!" Nogasika vui mừng reo lên.

Anh đặt lại chiếc la bàn vào túi áo khoác Nhật Bản và tiến sâu hơn vào thành phố. Mọi người đang mua sắm ở chợ trời với trang phục lòe loẹt. Các cô kỹ nữ geisha trong bộ kimono và sari rực rỡ cất giọng hát ngọt ngào. Một số quý tộc đội chiếc mũ lông công. Họ ra lệnh và chỉ dẫn cho những người hầu của mình làm điều gì đó. Một số người khác cầm chiếc giỏ tre cực kỳ sành điệu có đầy trái cây và thảo mộc kỳ lạ.

Đột nhiên, Nogasika nhận thấy có một luồng sáng, luồng sáng đó không đến từ trên cao mà đến từ con đường bên phải. Anh đi về phía đó, nhận ra con đường được lát bằng những viên kim cương nhiều màu, được sắp đặt bởi bàn tay của nghệ nhân chuyên nghiệp. Nogasika cảm thấy bối rối, sợ hãi nhưng rồi sự tò mò của anh cuối cùng đã chiến thắng.

Anh quyết định tiếp tục tiến tới. Rất may trên đầu anh đội chiếc mũ có lưới bảo vệ che mắt nếu không thì tia sáng chói lóa của những viên kim cương phản chiếu dưới ánh sáng ban ngày đã có thể khiến anh bị mù.

"Con đường này sẽ dẫn đến Cung điện" một giọng nói vang lên. "Chỉ những ai thực sự yêu thương, trao trọn trái tim mới có thể đến được Cung điện đó" giọng nói cất lên và tan biến rất nhanh.

"Ai đang nói vậy? Nogasika rẽ phải, rồi rẽ trái ngó nghiêng tìm kiếm. Không nhìn thấy ai cả. Không ai có thể ra lệnh cho một samurai…

Trước khi anh có cơ hội để dừng suy nghĩ của mình, một đám mây dừng trước mặt anh. "Lên đây" anh lại nghe thấy giọng nói đó "Đó là cách duy nhất để đến Cung điện nếu ngươi thực sự xứng đáng."

Bằng một cú nhảy, Nogasika đã ở trên đám mây hay đúng hơn là một vùng đất tương tự như đám mây. Anh cố gắng đứng vững nhưng cứ bị tròng trành bởi tinh vân (đám mây bụi hoặc vật thể phóng ra bởi sự kết thúc của một ngôi sao) và anh chàng samurai này có thể đã bị ngã mấy lần nếu không có một cây cầu đột ngột xuất hiện trước mặt.

"Bây giờ hãy nhảy đi!" anh lại nghe thấy giọng nói đó "Ngươi không có quyền bước lên những viên kim cương đó nhưng cũng không thể chạy theo tinh vân hoặc chạy theo niềm khát khao tột độ. Ngươi cần phải trải qua thử thách".

Giọng nói tiếp tục hướng dẫn anh "Hãy băng qua cây cầu bắc qua con sông và khu vườn hoa cúc, sau đó đi dọc theo ngôi chùa đỏ, và ở đó ngươi sẽ tìm thấy đường dẫn đến hồ Tiên Men" giọng nói lại vang lên, rồi im bặt trở lại.

"Thật khó chịu. Người là ai vậy? Hãy ra mặt ngay lập tức!" Nogasika rút kiếm ra khỏi vỏ, sẵn sàng đấu tay đôi "Không ai được ra lệnh cho một samurai. Ta biết mục đích của mình. Vì vậy, hãy ra mặt ngay, đồ hèn nhát."

Đột nhiên, anh cảm thấy một lực mạnh đẩy người mình xuống đất. Một bàn tay vô hình đã nhắm vào anh. "Ta vẫn luôn ở đây. Ta biết mục đích của ngươi và ta đã cứu ngươi. Ta là bản mệnh của ngươi. Vì vậy, hãy bình tĩnh, tra kiếm vào vỏ và lên đường nếu ngươi muốn hoàn thành nhiệm vụ của mình."

Nogasika lại đứng dậy nhưng không nghe thêm gì nữa. Anh điên tiết đến mức bắt đầu đánh nhau với gió. "Một bước đi sai lầm, một bước đi lầm lỡ" - Anh nhận thấy mình ngã sóng soài trên con đường lát kim cương. Cố gắng đứng dậy, nhưng đầu đau như búa bổ, anh ngất đi…

Giọng nói giễu cợt vang lên "Ngươi sẽ không bao giờ học được…"

***

Nogasika tỉnh dậy trong một căn phòng đầy nắng. Anh nằm trên chiếc giường lớn mềm mại. Bên cạnh có một chiếc bàn gỗ gụ nhỏ. Đầu vẫn còn đau, có một miếng gạc trên đó.

Cửa mở, một kỹ nữ geisha nhỏ nhẹ bước vào, để lại một khay trà và một bát cơm trên bàn.

"Ta đang ở đâu đây? Cô là ai?"

"Người lạ đã tỉnh rồi… anh ta tỉnh rồi" cô gái geisha kêu lên và chạy ra khỏi phòng.

Một võ sĩ đạo trong bộ đồng phục đẹp đẽ và chiếc mũ lông công bước vào phòng, đến gần và sửa gối cho anh.

"Nogasika, anh tỉnh rồi à? Bây giờ cảm thấy đỡ hơn chưa? Tôi phải thừa nhận, cú ngã của anh hơi tệ, nhưng vết thương chỉ là bề ngoài. Trong một vài ngày, anh sẽ ổn thôi. Ăn ít cơm đi, sẽ tốt cho anh đó"

"Nhưng làm sao anh biết tên tôi?" Nogasika thắc mắc.

"Chà, anh đang ở thành phố Hạnh phúc. Ở đây, chúng tôi biết hết những người yêu thật lòng và dâng hiến trái tim… Nhớ không, Nogasika? Anh cũng đã từng yêu thật lòng và thầm giữ trong tim những lời thề yêu thương."

"Đây là chuyện vớ vẩn gì vậy? Ta chưa từng yêu ai. Ta có thể được các cô geisha yêu nhưng ta chưa bao giờ trao trái tim mình cho một ai."

"Anh có chắc không, Nogasika? Cái tên Bạch Liên có nói lên điều gì không?"

Khi nghe thấy cái tên đó, Nogasika biến sắc. Bạch Liên!!! Cái tên đó khiến anh giật mình và khuôn mặt đỏ bừng.

"À, ta nhớ rồi. Bạch Liên, người con gái đồng quê xinh đẹp." Cô ấy là người nhân từ nhất và có đôi mắt nâu tuyệt vời nhất mà anh từng thấy. Bất cứ khi nào ngắm cô, cả khuôn mặt anh đều đỏ bừng, ngay cả bạn bè cũng nhận ra điều đó.

Để tránh điều đó, anh thường trốn trong con hẻm hoặc quán rượu để ngắm nhìn Bạch Liên khi cô và gia đình đi chợ mua sắm trong tuần. Nhưng cũng có lúc ánh mắt họ gặp nhau, trái tim họ có cùng tiếng nói và mạnh mẽ như hai con thiêu thân.

Khi anh ta luyện tập võ thuật và đấu kiếm với sư phụ hoặc cha mình, cô thường đi qua con hẻm đó để giặt quần áo ở hồ gần đó. Vài ngày, vài giờ ngắn ngủi ấy thôi cũng khiến trái tim họ ngưng đọng thời gian và cảm nhận sự cao cả của tình yêu.

Tích tắc, tích tắc, tích tắc, tích tắc, tích tắc, tích tắc…

Thế giới dường như không tồn tại. Thời gian ngừng trôi. Nogasika ôm Bạch Liên trong tay và hát cho cô nghe bản tình ca truyền thống của Nhật Bản. Khi đó anh cảm thấy mình bất khả chiến bại, thậm chí có khả năng bắt được cơn gió.

**

Nhưng cuộc sống không như là mơ. Cha mẹ cô đã quyết định gả bán con gái của họ với giá rất cao để cứu những người còn lại trong gia đình khỏi cảnh khốn cùng và nghèo khó. Ngoài ra, gia đình của Nogasika cũng rất xấu hổ sau những tin đồn đó đến tai cha anh "Đó có phải là lý do tại sao con không luyện tập và học hành nữa phải không?" ông hỏi con trai mình. "Con làm điều đó vì một geisha ư? Một cô gái thuộc tầng lớp thấp hơn đã làm con mê hoặc và con đã báng bổ gia đình cũng như truyền thống của gia đình. Hãy rời bỏ cô ta!! Hãy đi bắt gió. Chỉ khi đó con mới nhận được sự tha thứ của gia đình"

Đó là những lời cuối cùng của cha khi ông ném Nogasika ra khỏi nhà.

Nhưng mọi thứ cũng tồi tệ trong nhà của Bạch Liên:

"Con gái của ta, từ lâu rồi chúng ta đã quyết định gả con. Đổi lại, cả nhà sẽ được nhận nhiều lời đề nghị thú vị."

"Nhưng bố mẹ muốn con kết hôn không có tình yêu sao?" Bạch Liên hỏi.

"Tình yêu ư? Điều đó không dành cho con gái của một nông dân nghèo. Đây là trò đùa lãng mạn vớ vẩn thôi con" mẹ cô nói và ném vào cô cái nhìn chế giễu.

"Con gái à, nhà chúng ta có sáu miệng ăn. Con là con cả" cha cô nói thêm "điều con nên làm là giúp đỡ gia đình. Con phải cưới một quý ông giàu có để chúng ta có thể đảm bảo sự sống còn của anh chị em con và tuổi già của bố mẹ. Sau khi cưới, con vẫn xinh đẹp, uyển chuyển, con nấu ăn, may vá và chặt củi. Chúng ta sẽ nhận được nhiều ưu đãi..."

Cô gái tội nghiệp chạy đến chuồng dê để trốn và khóc tức tưởi.

Cha mẹ cô đã lên kế hoạch cho số phận của cô như vậy ư? Cô không biết nữa. Cô muốn đi tìm Nogasika, nói với anh rằng cô yêu anh và sẽ cùng anh trốn khỏi nơi tồi tệ này. Nhưng mà, cô có nghĩa vụ phải tuân theo mong muốn của cha mẹ mình. Cô chỉ mới 16 tuổi. Cô thuộc về gia đình và tôn trọng người sinh ra cô. Cô phải đền đáp công lao họ đã nuôi nấng cô bằng ấy năm với biết bao nhiêu thiếu thốn khó khăn. Giờ đã đến lúc cô phải trả nợ công ơn của họ.

"Nhưng điều này thật bất công làm sao? Làm sao mà số phận lại bất công với mình như vậy? Mình thậm chí không thể chia sẻ tình yêu của mình với người thực sự yêu thương..."

Bạch Liên cứ lặp đi lặp lại điều đó và khóc nức nở, cho đến khi cô ngủ thiếp đi trên đống cỏ khô.

Ngày hôm sau, khi mẹ cô đi vắt sữa, bà thấy cô ngủ trên cỏ khô.

"Vậy là con đây à. Con hoàn toàn mất trí rồi à, con gái ngốc nghếch? Đi tắm rửa ngay lập tức, đừng có khóc và giận dữ. Một khi con giàu có và ăn mặc đẹp, con sẽ không quan tâm đến tình yêu và trái tim của mình đâu. Bên cạnh đó, con không biết một điều là: con vẫn còn trẻ.

Cha của con và mẹ biết những gì tốt nhất cho con. Đi tắm rửa ngay lập tức và mặc bộ kimono trang trọng vào. Nhà quý tộc sẽ đến để dàn xếp cuộc hôn nhân. Có những lời đề nghị thú vị nhất từ chúa tể của Thung lũng Hoa Xanh và từ ngôi làng trên Núi Tuyết cũng như từ vị vua Li Ho Min của thành phố Hạnh phúc Sin Sin Yan. Chúng ta phải chọn một trong những ngày tới…

Bạch Liên còn biết làm gì hơn là vâng lời mẹ. Không còn nước mắt, số phận của cô đã được định đoạt và cô không có cách nào khác là tuân theo. Cô sẽ có một cuộc hôn nhân giàu có mà không cần tình yêu cũng như chẳng có những lời lãng mạn dưới ánh trăng!

Các lời cầu hôn lúc này chỉ là những đối trác của lời đề nghị rất hấp dẫn cho gia đình để đảm bảo một cuộc sống tốt đẹp cho mọi người, cho cha mẹ và cho tuổi già của bố mẹ. Lời cầu hôn của vua Li Ho Min, triều đại nhà Min, người quản lý thành phố Hạnh phúc Sin Sin Yan, của thung lũng trù phú Xuan Yu và của ba con sông chảy qua vùng đồng bằng màu mỡ cung cấp thức ăn cho người dân Sin Sin Yan cũng như bốn tỉnh lân cận.

Cha mẹ chuẩn bị cho con gái của họ và những bộ quần áo đẹp nhất trong khả năng và gửi cô đi cùng với cỗ xe Nhà vua sử dụng để gửi quà tặng cho gia đình. Xét cho cùng, đúng như lời đồn, ông ấy sắp 70 tuổi, và đây sẽ là đám cưới thứ tư của ông!

Bạch Liên nhìn lại lần cuối ngôi nhà của cô, anh chị em của cô, cánh đồng…

Cô kéo rèm cửa lại và những giọt nước mắt rơi bắt đầu rơi rớt rơi trên bộ kimono màu cam tuyệt đẹp mà cô đang mặc.

"Đây sẽ là giọt nước mắt cuối cùng của ta!" cô nói với chính mình. "Không ai có thể đánh cắp giọt nước mắt khác của ta nữa!" cô tự hứa với mình.

Trên đường đi, cô nhảy ra khỏi xe và trốn trong khu rừng đầm lầy. Đó là nơi Nogasika tìm thấy cô đang trầm ngâm và đề nghị cùng cô chờ đợi ngôi sao sáng để dẫn đường về nhà…

***

"Võ sỹ đạo Nogasika thân mến, chúng ta đang ở Cung điện của tôi."

Một giọng nói quen thuộc gọi tên anh. Anh lập tức nhảy ra ra khỏi giường và chứng kiến trước mắt mình điều kỳ diệu nhất trong bảy kỳ quan của thế giới.

Bạch Liên đang đứng trước mặt anh, mặc trang phục truyền thống của Nữ hoàng, một bộ kimono màu vàng thêu mặt trời vàng, trong khi chiếc vương miện bằng ngọc lục bảo và hồng ngọc làm anh lóa mắt.

"Ngươi có nhận ra ta không, Nogasika?"

"Em là Bạch Liên … Em đã bỏ anh một mình trên con đường sa mạc bên cạnh đầm lầy để chờ đợi ngôi sao sáng hay đó là một giấc mơ?"

"Ta là Nữ vương của Sin Sin Yan, thành phố Hạnh phúc. Chào đón nhà ngươi. Đó không phải là một giấc mơ. Ngôi sao sáng đã đến và đưa ta đến đây vào đêm hôm đó. Bây giờ, làm thế nào ngươi lại ở đây? Nào, kể cho ta nghe mọi chuyện đi."

"Anh … anh…" Nogasika lắp bắp. Anh không nhìn thấy bất cứ điều gì. Thời gian đã dừng lại.

"Sao thế? Ngươi kể đi, Nogasika" cô gái nói "Đã quá lâu kể từ khi chúng ta còn là những đứa trẻ. Bây giờ, trước mặt ngươi là một Nữ Vương, không phải một nữ nhân hạ đẳng" Cô gái tên Bạch Liên tiếp tục lạnh lùng nói với anh.

"Thôi đi! Em đang không công bằng với ta" Nogasika nói. "Anh đã bỏ nhà, bỏ làng và đã lang thang khắp đất nước cho đến khi đạt được kỳ tích mà cha anh đã giao phó. Anh không thể dành thời gian để tìm hiểu điều gì khác, anh phải cố gắng bằng mọi giá…Cho dù anh có muốn thế nào đi chăng nữa... Em đã biến mất trong một đêm. Em quên rằng anh đã nói với em rằng anh sẽ ở lại với em để đợi ngôi sao sáng kia mà. Khi đó, anh thấy em gần như phát điên ở con đường đầm lầy sao?"

"Điên ư? Nogasika tội nghiệp, ngươi chẳng hiểu gì cả... Nhưng thế là đủ rồi!" Bạch Liên đột ngột nói. "Ta không còn là cô gái từng chạy trên cánh đồng xanh nữa. Ta đã trưởng thành. Ta đã trở thành Nữ hoàng và ta đã góa bụa sau bốn năm kết hôn.

Ta đã làm cho thành phố Hạnh phúc thống nhất và nổi tiếng. Ta được yêu mến bởi các thần dân cả trong và ngoài thành. Người dân ở đây rất hạnh phúc. Với luật pháp công bằng, tất cả mọi người đã học cách tôn trọng lẫn nhau và sống hòa thuận. Nhưng thật lạ, gần đây, cư dân của ta đã yêu cầu các cố vấn, bằng một cuộc trưng cầu dân ý, để ta tái hôn. Có vẻ như số phận đang chơi những trò chơi kỳ lạ... Họ không muốn thấy ta buồn."

"Nữ hoàng à, trong vài năm qua, cuộc sống đối với anh là một cuộc chiến không ngừng. Anh vẫn còn cảm thấy xấu hổ, anh cần phải thực hiện nhiệm vụ là đạt được chiến công mà cha giao phó. Khi anh nói với ông ấy rằng anh yêu em và sẽ lấy em làm vợ! Mọi việc đã bắt đầu như thế đó..."

"Ha-ha-ha-ha," nữ hoàng phá lên cười. "Vợ của ngươi sao? Ha-ha-ha, ngươi quá đề cao bản thân khi còn trẻ. Nhưng dù sao! Ít nhất, đã làm ta cười. Nghe rõ đây, samurai Nogasika. Nếu ngươi muốn tham gia cuộc thi của những kẻ chiếm trái tim ta và ngai vàng của ông Vua thành phố Hạnh phúc, ta cũng sẽ yêu cầu ngươi đạt được một kỳ tích, một bài kiểm tra, gọi nó theo cách nhà ngươi muốn."

"Ý em là gì? Một kỳ tích để giành được trái tim của em ư? Em mất niềm tin vào ta từ khi nào vậy? Em đã trở nên độc ác và hoài nghi thế sao? Làm sao một tâm hồn thuần khiết lại có thể thay đổi như vậy?"

"Khá đơn giản. Vì ta hiểu ý nghĩa của việc trưởng thành và tồn tại. Ngay cả những người tốt cũng có thể bị biến thành rồng hoặc chồn, sau khi liên tục bị đối xử bất công. Vì vậy, đây là những gì ta mong đợi từ ngươi. Ta đố ngươi có thể lấy đi giọt nước mắt của ta. Ngươi có thể làm ta rơi lệ? Điều ấy không dễ dàng đâu. Nếu ngươi lấy được một giọt nước mắt của ta thì trái tim ta và chìa khóa của thành phố Hạnh phúc sẽ thuộc về ngươi. Còn bây giờ thì đi đi!"

Đó là những lời của Nữ hoàng; sau đó người đã rút lui về cung của mình, cùng với các geisha và vệ sĩ mặc đồ đen trung thành của nàng ấy.

***

Một trong những người bảo vệ samurai trung thành của Nữ hoàng đã dẫn Nogasika đến cửa Cung điện. Khi đi qua hành lang, lần đầu tiên Nogasika cảm thấy trái tim mình bị vỡ vụn như bánh tráng, như một mảnh giấy cói. Một nửa nằm yên tại chỗ, một nửa bị hóa thạch không còn sự sống, bị bắt giữ bởi ánh mắt lạnh lùng của Nữ hoàng. Ánh mắt đó thu hút và đánh cắp toàn bộ linh hồn anh, lần này là mãi mãi.

Tiếng ồn chói tai. Những cánh cửa đóng lại với một tiếng nổ lớn sau lưng anh, thành phố Hạnh phúc biến mất. Có phải tất cả chỉ là một giấc mơ? Số phận đang đùa giỡn với anh sao? Đó thực sự là định mệnh của anh hay một trò chơi quái quỷ nào đó của Bà Tiên Đầm lầy?

Ngơ ngác, Nogasika lấy chiếc la bàn ra khỏi túi áo khoác Nhật Bản của mình. Nó hoạt động trong vài phút, hiển thị hướng bắc và sau đó bất động trở lại.

"Hướng về phía bắc. Đó là nơi mình sẽ đến. Ở đó, mình sẽ cố gắng tìm ra tất cả các câu trả lời và ai đó sẽ giúp mình. Bây giờ có hai cuộc chiến rất khó khăn, gần như không thể đạt được. Mình cần sự giúp đỡ hoặc ít nhất là một phép màu" Đó là những suy nghĩ của anh khi bước đi.

Nogasika đã đi bộ hai ngày hai đêm đến một thung lũng đá. Khi đang leo lên sườn núi, đôi mắt của anh ấy bắt gặp một chiếc lông vũ màu đỏ. Nogasika nhớ đến lời khuyên của Bà Tiên Bóng tối, "hãy thu thập bất cứ thứ gì con thấy trên đường đi của mình" vì vậy anh đã nhặt chiếc lông vũ lên. "Có lẽ nó sẽ hữu ích". Anh bọc nó trong một chiếc khăn và cẩn thận đặt trong túi.

***

Khi lên đến đỉnh, anh nhìn thấy những thung lũng đầy hoa cúc và hoa hướng dương. Anh nhớ đến người bạn thời thơ ấu của mình, Lai Pe. Anh quyết định đi theo con đường đến thành phố Hu An Xe, thành phố của tơ lụa. Người bạn thời thơ ấu của anh, Lai Pe, là lãnh chúa của thành phố đó và là người duy nhất gửi cho anh một lá thư bày tỏ sự cảm thông qua một con chim bồ câu. Thư viết, "Bất cứ khi nào bạn cần, hãy đến tìm tôi, và tôi sẽ giúp bạn. Người bạn trung thành của bạn, Lai Pe" và còn có cả chữ ký của anh bạn này cùng với con dấu chính thức của thành phố nữa.

"Lai Pe thông minh, công bằng, cao quý và có nhiều mối quan hệ" Nogasika nghĩ. "Anh ấy chắc chắn sẽ giúp mình" vì vậy anh lên đường với một trái tim nhẹ nhàng và cảm giác hy vọng lần đầu tiên sau một thời gian dài xảy ra nhiều chuyện. Trên đường đến thành phố tơ lụa, Nogasika gặp một ông già kỳ lạ đi loạng choạng.

Nogasika lại gần ông và hỏi xem có cần giúp đỡ gì không, đồng thời hỏi ông có khát nước không. Ông già dừng lại và nhìn sâu vào mắt chàng trai samurai trẻ tuổi.

"Bạn là samurai đến từ thành phố Xen Yin Sion phải không? Bạn ra đi khi còn rất trẻ, bị gia đình xua đuổi, vì một tình yêu chưa kịp bắt đầu. Bạn trung thành với truyền thống, nhưng bị hạ nhục và bạn sẽ không tìm được vị trí đúng của mình. Tôi sẽ cung cấp cho bạn một thứ để giúp khi bạn phải đối mặt với số phận của mình".

Đó là những lời của ông già, người đã lấy ra một chiếc túi nhỏ từ bên trong chiếc áo choàng Nhật Bản của mình và đưa cho Nogasika "Hãy mở nó vào thời điểm thích hợp, không sớm không muộn" ông già nói.

"Nhưng bằng cách nào …? Ông biết tôi đến từ đâu đến? Ông là ai và có gì trong túi?"

Trước khi Nogasika có thời gian để kết thúc câu hỏi của mình, ông già đã biến mất và một con ngựa đen xuất hiện ở chỗ của ông.

Nogasika cưỡi ngựa, và ngay lập tức phi nước đại về phía thành phố tơ lụa Hu An Xe. Nó phi nước đại nhanh đến mức tưởng chừng như bay. Nogasika nhắm mắt lại một lúc. Tất cả thời gian này, anh không còn nghĩ gì về gia đình mình. Trong vài phút, anh thấy mình trở lại vùng núi khi người bạn thời thơ ấu Lai Pe và anh luyện kiếm võ thuật. Đó là lúc cha anh xuất hiện với một thanh kiếm lớn bằng bạc. Ông cởi nó ra khỏi bao đen và bảo Nogasika quỳ xuống.

"Đây là thanh kiếm của con, con trai ta, Nogasika và con là chủ nhân của nó. Có một bài thơ haiku cổ khắc trên cây giáo. Là lời hát cổ của gia đình. Bài thơ haiku của tổ tiên mà con phải tôn vinh ngày đêm"

Con là một samurai tận tâm

Hãy giữ mình khiêm tốn

Hãy tôn vinh và ca ngợi thanh kiếm của mình

Nó sẽ bảo vệ và phục vụ con

Hãy cất kỹ trong túi của mình

Nó là người bạn trung thành nhất của con

Đó là bài haiku mà anh đã hát khi, sau một thời gian dài du hành qua những cánh đồng Nhật Bản, anh đã đến cổng Thành phố Tơ lụa. Hai cận vệ cung điện xuống đón anh và trân trọng dẫn anh đến nơi ở của Lãnh Chúa thành phố, người bạn thời thơ ấu của anh, Lai Pe. Anh ấy đã gửi hai con chim bồ câu trắng để báo hiệu sự xuất hiện của người bạn thân nhất mà anh ấy đã không gặp từ khi họ còn nhỏ. Lai Pe là con cháu của một gia đình rất giàu có.

Cha anh ấy đã gửi anh đến quê hương của Nogasika, Xiun Ce Ho, để học về nghệ thuật kiếm và dao găm. Sư phụ của anh không ai khác chính là cha của Nogasika, người nổi tiếng về kỹ thuật, kiến thức và kỷ luật khi nói đến võ thuật, nhưng trên hết là tính cách đáng kính và cao quý của ông.

Hai đứa trẻ trở thành những người bạn không thể tách rời, hơn cả anh em ruột. Họ luôn tập luyện từ sáng sớm trên đỉnh núi hay đồng bằng Xiun Ce Ho. Bên cạnh đó, Lai Pe là nhân chứng của tình yêu thuần khiết thầm kín giữa bạn anh, Nogasika và Bạch Liên. Những ánh mắt nhìn trộm cũng như nét ửng hồng trên khuôn mặt đỏ bừng của Nogasika đủ để Lai Pe nhận ra rằng có chuyện gì đó đang xảy ra... Tuy nhiên, anh không bao giờ hiểu tại sao cha của Nogasika, sư phụ Fuzian, lại trừng phạt con trai mình một cách khắc nghiệt như vậy.

"Tôi muốn kết hôn với Bạch Liên. Tôi muốn biến cô ấy thành vợ mình. Tôi đã đến gặp cha tôi vào ngày hôm đó để xin ông ban phước lành, nhưng ông ấy đã chặt đôi cánh của tôi với cái nhìn khắc nghiệt và trừng phạt tôi vì tội không tuân theo gia đình và truyền thống của gia đình. Ngoài ra còn có vấn đề thất bại với làng bên cạnh; Tôi đã thua tất cả các trò chơi và đội kia đã giành được con dao găm bạc. Bố nói với tôi 'Vì tâm trí của con đã không ở đó và con nghĩ rằng con có thể quyết định cuộc sống này, vậy thì hãy đi bắt gió đi...'

Đó là những gì bố nói với tôi và đóng cửa ngay trước mặt tôi" Nogasika thốt lên. Lần đầu tiên anh kể lại việc mình đã rơi vào tình thế khó khăn như thế nào, bị sỉ nhục ra sao và anh cũng kể cho bạn mình nghe về cuộc gặp gỡ với Nữ hoàng của thành phố Hạnh phúc. không ai khác chính là cô gái yêu năm xưa của anh, Bạch Liên, người giờ đây có đôi mắt lạnh lùng và trái tim lạnh giá, lạnh hơn tất cả những tảng băng trôi ở Nam Cực.

***

Lai Pe lắng nghe kinh ngạc, không nói một lời, và anh ấy đã bối rối khi người bạn của mình tiết lộ cho anh ấy về cuộc chiến mà Nữ hoàng đã yêu cầu trước khi bà ném người cũ ra khỏi cung điện của mình!

"Chắc chắn là cô ấy giận anh đấy" Lai Pe nói sau khi suy nghĩ một chút "nhưng đừng lo lắng. Nhất định sẽ tìm ra giải pháp" Anh nói với bạn mình hãy đi nghỉ ngơi và anh sẽ nhờ các cố vấn chỉ dẫn. Anh ấy có niềm tin vào những người lớn tuổi. Ngoài ra, nhà sư Lai Che có thể sẽ đưa ra giải pháp thích hợp cho bạn anh, giống như ông đã giúp anh ấy trong các quyết sách quốc gia trong nhiều năm nay.

Nogasika đã nhiều ngày không ngủ trên giường, khi nằm xuống là anh ngủ ngay; không suy nghĩ phiền não nữa. Anh không có cảm giác tội lỗi trong giấc mơ.

Ngày hôm sau, Lai Pe báo tin vui "Bạn của tôi, rắc rối của bạn đã được giải quyết. Đêm nay, gió sẽ thổi hướng nam nên bạn sẽ có cơ hội hoàn thành ít nhất là kỳ tích đầu tiên. Tối nay, bạn sẽ bắt được gió" anh ấy nói với bạn mình và vỗ nhẹ vào lưng bạn một cách thân thiện. "Chuẩn bị đi nào. Chúng ta còn cả một chặng đường dài phía trước."

Họ đã sẵn sàng: cầm kiếm, mặc đồng phục giống như khi còn nhỏ và chuẩn bị cho trận chiến, buộc dao găm vào vỏ, cưỡi ngựa và rời khỏi đất nước, hướng đến Sak Orora, ngọn núi cao nhất. Họ phải đến đó trước khi trời tối. Như Lai Pe đã giải thích, một trong những đỉnh núi đó có một hang động bị cắt làm đôi. Nếu họ đến đó kịp thời, Nogasika sẽ có thể bắt được gió hoặc ít nhất là bắt phần đuôi của nó, vì gió nam sẽ phải đi qua từ đó.

"Người bạn trung thành của tôi, Lai Pe, tôi chắc chắn tin tưởng vào bạn. Bạn luôn là người thông minh nhất và có tổ chức nhất" Nogasika nói với lòng biết ơn.

"Cảm ơn rất nhiều, đừng quên rằng tôi có khoảng hơn một trăm cố vấn luôn cao kiến cho mình, tất cả họ đều sẵn lòng giúp đỡ. Đừng lãng phí thời gian nữa. Chúng ta phải đến đó trước khi trời tối để tìm nơi ẩn náu và lập kế hoạch đón gió."

Hai người bạn phi ngựa nhanh và dứt khoát về phía đỉnh núi Sak Orora. Ít nhất một giải pháp đã được tìm ra, và chim họa mi ríu rít bầu bạn với hai người bạn dọc đường đi.

Núi Sak Orora là ngọn núi cao nhất của lãnh địa này; nó có ba đỉnh dốc gần như chạm đến mây. Việc tìm kiếm hang động sẽ không dễ dàng. Đến lối mòn, họ xuống ngựa và buộc ngựa vào một cây thông già.

"Từ giờ trở đi, chúng ta sẽ chỉ đi bộ" Lai Pe nói.

Một cách máy móc, Nogasika cho tay vào túi áo kimono và lấy la bàn ra.

"La bàn của tôi đang hoạt động! Nó đang làm việc! Nó chỉ thẳng về phía trước. Tôi nghĩ chúng ta đang đi đúng đường. Bà Tiên Bóng tối đã không lừa tôi!" Nogasika hạnh phúc kêu lên và đi theo con đường đến đỉnh Sak Orora ở giữa. Lai Pe im lặng làm theo.

Càng lên cao, cái lạnh càng lúc càng buốt đến mức không thở được, nhưng chiếc la bàn vẫn chỉ đường cho họ, thẳng tiến. Sau vài cây số, họ rẽ phải và băng qua một con đường dốc. Họ phải rất cẩn trọng, chỉ một sai lầm thôi là sẽ bị rơi vào không trung. La bàn bắt đầu quay, và khi họ đến một khoảng đất trống, nó vẫn quay.

"Nogasika, tôi nghĩ rằng chúng ta đang ở đúng chỗ. Đây là nơi mà các hang động tồn tại. Tôi cảm thấy gió nam rồi. Hãy tiến lại gần hơn" Lai Pe nói và anh đi về phía một chỗ khá tối, nơi có mái vòm mở ra và có thể nhìn thấy bầu trời.

"Chúng ta ở đây rồi. Đây là hang động. Đúng, tôi có thể nghe thấy tiếng gió hát. Phải nắm bắt nó ngay lập tức, nếu không sẽ không có cơ hội nào khác. Tôi sẽ cần sự giúp đỡ của bạn, người bạn tốt của tôi. chúng ta sẽ cần phải bao quanh nó. Tôi sẽ ném chiếc lông vũ màu đỏ để thu hút gió, và bạn sẽ làm nó sợ hãi. Nó sẽ không ngờ điều đó. Chúng ta sẽ làm nó ngạc nhiên, và tôi sẽ bắt nó vào trong chai."

Lai Pe đi ra phía sau hang và khi đến cửa động, anh ta bắt đầu gây ồn ào để ngăn gió thổi sang phía mình. Nogasika đã ném chiếc lông vũ màu đỏ, và mọi người đều biết rồi đấy, gió rất thích trò chơi với lông vũ, nó khiến chúng bay lên và xoáy như vũ công ba lê.

Gió nam bắt đầu thổi và cuốn theo chiếc lông vũ màu đỏ và nhảy một điệu tango tuyệt đẹp. Và rồi ....chiếc lông đỏ nhảy múa và xoay tròn. Và ...... đột nhiên, Nogasika mở nút chai của mình và thực hiện một cú nhảy chớp mắt, xoay xoay để tóm được đuôi gió trước khi nó nhận ra mánh khóe của hai người bạn và ngừng trò chơi với chiếc lông vũ màu đỏ. Nó thổi mạnh vào mặt họ, mạnh đến nỗi họ nghĩ rằng họ sẽ đóng băng và ở đó mãi mãi!

"Tôi bắt được gió!!!! Tôi đã bắt được gió!!!!" Nogasika hét lên. "Cuối cùng tôi cũng làm được rồi!!!! Lai Pe, chúng ta đã bắt được đuôi gió!!!!"

"Đậy kín nắp chai vào. Chúng ta phải rời đi, bạn của tôi. Nhiệm vụ đã hoàn thành, nhưng trời bắt đầu tối và gió sẽ không để điều đó trôi qua dễ dàng đâu. Nó sẽ trả thù chúng ta. Chúng ta không nên ở đây"

Lai Pe nói và bắt đầu chạy xuống dốc, trong khi Nogasika chạy theo, giữ chặt chiếc lọ quý giá chứa gió trong đó.

Họ đến bãi đất trống nơi những con ngựa đang đợi trước bầu trời đầy sao sáng và vầng trăng đang mỉm cười. Họ cưỡi ngựa và vui vẻ trở về vương quốc Hu An Xe.

"Chúng ta cần tổ chức một bữa tiệc lớn, bạn của tôi, Nogasika. Chúng ta làm nên một đội tuyệt vời. Rắc rối của bạn đã qua và bạn có thể trở về với gia đình của mình với tư cách là người chiến thắng. Bạn đã bắt được gió" Lai Pe nói.

Khuôn mặt của Nogasika tối sầm lại trong giây lát. "Tôi chưa thể quay lại được. Bạn đã quên cuộc chiến thứ hai của tôi rồi à? Làm sao tôi có thể bỏ mặc người tôi yêu bị dày vò bởi trái tim băng giá đó? Tôi cần tìm cách đánh cắp một giọt nước mắt của cô ấy" Nogasika lầm bầm. "Chỉ khi đó tôi mới có thể trở về nhà. Chỉ khi đó tôi mới thực sự được tự do."

***

Sáng hôm sau, ngoài trời có những chú chim họa mi hát bài ca ngọt ngào, mặt trời chiếu sáng rực rỡ tỏa xuống muôn loài, làm long lanh mọi sắc thái. Nogasika đã chuẩn bị xong chiếc đệm, chiếc giường mang đến cho anh những giây phút nghỉ ngơi và anh có thời gian để suy ngẫm. Anh không muốn làm phiền bạn mình nữa. Anh để lại một mẩu giấy và chiếc lông vũ màu đỏ như một dấu hiệu của tình bạn trung thành.

Anh viết: "Kỳ tích này tôi sẽ phải tự mình đạt được…"

Vì vậy, anh rời đi cùng với cái chai có gió bên trong. Với nụ cười trên môi và sự tự tin ngút ngàn, anh đã tìm lại được danh dự đã mất, và bây giờ anh sẽ đi chinh phục trái tim người mình yêu. Nhưng phải dùng tài trí thông minh, bởi có một hàng dài ứng cử viên mong chiếm lòng Nữ hoàng. Hơn nữa, lại toàn ứng cử là những người giàu có và nổi tiếng.

"Chà, đúng rồi, những bông hoa cúc!" anh ngẫm nghĩ.

Bạch Liên có một điểm yếu là hoa cúc. Anh nhớ cô luôn đi chợ để mua một bó. "Ra là vậy," Nogasika hét lên và thúc mông ngựa. "Hãy đi nhanh hơn, bạn của tôi. Tương lai của tôi đang chờ đợi. Tôi phải có mặt ở đó lúc 12:00, vào buổi trưa để có thể vào cổng của thành phố Hạnh phúc.

***

Cả ngày cưỡi ngựa, Nogasika băng qua đồng bằng và thung lũng, núi non và thị trấn, nhanh hơn cả gió để đến cổng chính của thành phố Hạnh phúc trước buổi trưa. Anh có tất cả thời gian cần thiết để thiết lập kế hoạch của mình: đã có hoa cúc rồi, sẽ tặng cho Nữ hoàng như một món quà, và cô ấy sẽ không thể từ chối.

La bàn của anh bắt đầu quay như điên "Chúng ta đang tiến gần đến thành phố Hạnh phúc, tôi cảm nhận được điều đó" Nogasika lẩm bẩm. Đồng hồ trước cổng bắt đầu đổ chuông. Dan-dan, và lần thứ hai, dan-dan, và một lần nữa, dan-dan-dan, và cánh cổng mở ra, và cây cầu nặng trĩu; những vị khách bắt đầu bước vào với đầy quà, vàng và gấm vóc.

"Nhưng chuyện gì đang xảy ra vậy?" Nogasika hỏi những người lính canh. "Tại sao lại có nhiều người như vậy?"

"Bạn chưa nghe nói sao? Nữ hoàng của chúng ta sẽ kết hôn ngày hôm nay. Nàng đã tìm thấy người được chọn khiến trái tim mình hạnh phúc".

"Không, không, điều này không thể là sự thật," Nogasika hét lên và cưỡi ngựa chạy đến cung điện.

Nữ hoàng đang ở trong khu của mình với đoàn tùy tùng; các geisha đang chải mái tóc đen dài của nàng và chuẩn bị búi tóc truyền thống cho đám cưới, hai châm cài tóc bằng sừng màu tím; hai geisha khác đang mặc cho cô bộ kimono lụa màu cam và vàng đắt tiền …

"Cho ta tới! Tránh đường cho ta, ta là bạn thân của Nữ hoàng và nàng ấy sẽ chấp nhận gặp ta. Để ta đi qua."

Nogasika đang ở trước cửa cung điện bên trong. Anh cố gắng giữ thăng bằng trên những đám mây đang bay và anh đã đến được căn phòng cũ nơi anh từng đến sau cú ngã lần trước đó.

Khu hoàng gia của Bạch Liên được bảo vệ bởi bốn Ninja mặc đồ đen tuyền, những người được lệnh là cấm những người không phận sự miễn vào.

"Ta là bạn thân của Nữ hoàng và đến để chúc mừng nàng ấy kết hôn! Cho ta qua một lần…!

Các cô kỹ nữ geisha ngừng ca hát.

"Chuyện gì đang xảy ra ngoài kia vậy? Đó là tiếng ồn gì thế? Ai đó có thể đi kiểm tra xem nào?" Nữ hoàng ra lệnh, và ba cô geisha chạy ra cửa. Khi cánh cửa mở ra, Nogasika có cơ hội nhảy vào phòng nơi cô dâu đang chuẩn bị sẵn sàng, khoác lên mình bộ kimono cô dâu.

"Nogasika, là nhà ngươi sao? Làm sao ngươi dám vào khu của ta theo cách đó?

"Nữ hoàng thân yêu của ta, ta đến để chúc mừng nàng và tặng nàng món quà chúc nàng có một cuộc hôn nhân bền lâu" Nogasika trả lời và lấy bó hoa cúc dấu trong áo để tặng cho người xưa cũ.

Bạch Liên kinh ngạc nhìn chàng võ sỹ samurai. "Hoa cúc... Hoa cúc" nàng bắt đầu hét lên và đưa chúng lên gần mặt để ngửi, để cảm nhận chúng... Nhưng trước khi nàng có thời gian để nói bất cứ điều gì khác, nàng bắt đầu hắt hơi. "Achoo, achoo" tiếng hắt hơi của nàng không ngừng. Đột nhiên, nước mắt nàng bắt đầu rơi và trái tim nàng dịu lại, bắt đầu nhớ lại mọi chuyện...

Nogasika mở túi, lấy ra một chiếc khăn lụa, đến gần Nữ hoàng và bắt đầu lau nước mắt cho nàng, từng giọt một.

"Kỳ công đã đạt được, thưa Nữ hoàng," anh nói với nàng, ôm nàng vào lòng, ôm thật chặt cho đến khi nước mắt ngừng rơi.

Bằng cách đó, Nogasika và Bạch Liên đã kết hôn, trở thành Vua và Hoàng hậu ở thành phố Hạnh phúc. Mọi việc không hề thay đổi, các công dân của họ sống hạnh phúc hơn bao giờ hết.

Câu chuyện được truyền lại về cặp đôi hoàng gia được yêu thích nhất từ thế hệ này sang thế hệ khác. Ông bà thuật lại cho con cháu nghe. Các diễn viên dàn dựng toàn bộ câu chuyện trên sân khấu và mọi người cười vui. Các gia đình trở lại với nhau hạnh phúc, họ đoàn tụ sau nhiều năm.

Những chú chim họa mi hót véo von trong khu vườn treo hoàng gia.

Và đấy là cái kết câu chuyện về võ sỹ Nogasika.

***

Qua câu chuyện, bạn hãy ghi nhớ một điều: ngay khi bạn nghĩ rằng mọi thứ đã mất, hóa ra lại không phải vậy! Cho nên, đừng bao giờ bi quan, đừng bao giờ từ bỏ ước mơ!

Nogasika còn một đồ vật cuối cùng mà nhà sư đã trao cho anh ta. Ông sư đã bảo anh chỉ mở ra khi anh cảm thấy thích. Trên đường đến thành phố Hạnh phúc, khi đang cưỡi ngựa, chiếc túi vô tình bật ra, những ký ức từ thời thơ ấu chợt ùa về trong tâm trí và trái tim anh, khiến anh cảm thấy như đang ở bên gia đình mình, như thể chưa bao giờ rời xa.

Trái tim anh ấm áp hơn và sau đó anh nhận ra rằng mình thực sự có túi bột ký ức. Anh quyết định mua những bông hoa cúc và rắc bột lên chúng. Chỉ cần chạm nhẹ vào những bông hoa, Nữ hoàng sẽ thấy tất cả những ký ức đó trỗi dậy từ sâu thẳm trái tim và khối óc của mình. Và đó là những gì đã xảy ra. Khi những ký ức đó trỗi dậy, cô không thể cầm được nước mắt.

Nogasika chưa bao giờ tiết lộ cho người mình yêu biết cách anh ấy đạt được thành tích đó, vì vậy bạn cũng có thể giấu bí mật đó! Đôi khi có những bí mật cần cất giữ!

Và họ sống hạnh phúc mãi mãi về sau!

Chúng ta cũng vậy, sẽ sống hạnh phúc mãi mãi và nhiều hơn thế về sau!

About the Authors

Thạc sĩ Khánh Phương

Nhà thơ, nhà văn, dịch giả văn học:

Sách đã xuất bản:

1. Tình nhân và những truyện khác

2. Đàn ông và những cuộc phiêu lưu tình ái

3. Làm gì khi bị tình phụ

4. Cảm xúc và tình yêu

5. Đừng gọi Anh là Em

6. Sự biến hóa của Casanova (truyện dịch sang tiếng Việt)

7. Vị tướng với tình yêu nước Nga

8. Wizard of Poetry (thơ dịch sang tiếng Anh)

9. Appointment with Roses (thơ dịch sang tiếng Anh)

10. Restless Spring (thơ dịch sang tiếng Anh)

11. Dance of the River (thơ dịch sang tiếng Anh)

12. Bàng Ái Thơ – cuộc đời và sự nghiệp

13. The Heart not Knowing to Kneel (thơ dịch sang tiếng Anh)

14. Vị tướng với tâm ngôn giữa đời thường (sách song ngữ)

Tác phẩm in chung:

Ngũ sắc ánh sáng (song ngữ)

Nắng gọi ban mai (song ngữ)

Nhà thơ Eva Petropoulou Lianou (Hy Lạp)

Nhà thơ Eva Petropoulou-Lianou sinh tại Xylokastro (Hy Lạp). Chị từng chuyển đến Pháp, làm phóng viên cho tờ ""Le Libre Journal"" từ năm 1994. Tới năm 2002 chị trở về Hy Lạp sống và sáng tác. Chị từng xuất bản nhiều cuốn sách, trong đó có "Tôi và bản thân, cái bóng của tôi" (NXB Saita), "Geraldine and the Lake elf" – song ngữ Anh – Pháp (NXB Oselotos), "Những cuộc phiêu lưu của Samurai Nogasika" (NXB Ontime Books). Chị là Đại sứ thơ thế giới, thành viên của Hội Văn nghệ sĩ quốc tế tại Hy Lạp và nhiều hội, tổ chức văn học khác trên thế giới.

www.ingramcontent.com/pod-product-compliance
Lightning Source LLC
LaVergne TN
LVHW041557070526
838199LV00046B/2026